hen

butterflies

mice

lizards

sunbirds

crickets

baby bullfrogs

spoonbills

starlings

For John and Milo

The children featured in this book are from the Luo tribe of south-west Kenya.

*The wild creatures are the Citrus Swallowtail (butterfly), Striped Grass Mouse,
Yellow-headed Dwarf Gecko, Beautiful Sunbird, Armoured Ground Cricket,
(young) African Bullfrog, African Spoonbill and Superb Starling.*

*The author would like to thank everyone who helped her research this book,
in particular Joseph Ngetich from the Agricultural Office of the Kenya High Commission.*

Text and illustrations copyright © 2002 Eileen Browne
Dual Language copyright © 2003 Mantra Lingua
This edition published 2003
Published by arrangement with Walker Books Limited
London SE11 5HJ

British Library Cataloguing in Publication Data:
a catalogue record for this book is available from the British Library.

Published by
Mantra Lingua
5 Alexandra Grove, London N12 8NU
www.mantralingua.com

Adìyẹ Handa

Handa's Hen

Eileen Browne

Yoruba translation by Adeyinka Fadiya

mantra

Ìyá àgbà Handa ní adìyẹ dúdú kan.

Orúkọ rẹ̀ ni Mondi - ní àràárọ̀ Handa fun Mondi ní onjẹ àárọ̀.

Handa's grandma had one black hen.
Her name was Mondi - and every morning
Handa gave Mondi her breakfast.

Ní ọjọ́ kan Mondi kò wá jẹun rẹ̀. "Iya agba!" Handa pèé. "Sé ẹ rí Mondi?"
"Rárá," iya agba dáhùn. "Sugbọ́n mo rí òréè rẹ."
Akeyo!" Handa pèé. "Bá mi wá Mondi?"

One day Mondi didn't come for her food. "Grandma!" called Handa. "Can you see Mondi?"
"No," said Grandma. "But I can see your friend."
"Akeyo!" said Handa. "Help me find Mondi."

Handa ati Akeyo wa àyíká ilé adìyẹ.
"Wòó! Labalábá méjì," Akeyo sọ.
"Sùgbọ́n níbo ni Mondi wà?" Handa sọ.

Handa and Akeyo hunted round the hen house.
"Look! Two fluttery butterflies," said Akeyo.
"But where's Mondi?" said Handa.

Wọ́n bẹ̀rẹ̀ wo abẹ́ ile ìkó oúnjẹ sí.
"Shh! Eku onílà méta," Akeyo sọ.
"Sùgbọ́n níbo ni Mondi wà?" Handa sọ.

They peered under a grain store.
"Shhh! Three stripy mice," said Akeyo.
"But where's Mondi?" said Handa.

Wọ́n bẹjú wo ẹ̀yìn àwọn ìkòkò amọ̀.
"Mo lè rí alángbá kékèké mérin," Akeyo sọ.
"Sùgbọ́n níbo ni Mondi wà?" Handa sọ.

They peeped behind some clay pots.
"I can see four little lizards," said Akeyo.
"But where's Mondi?" said Handa.

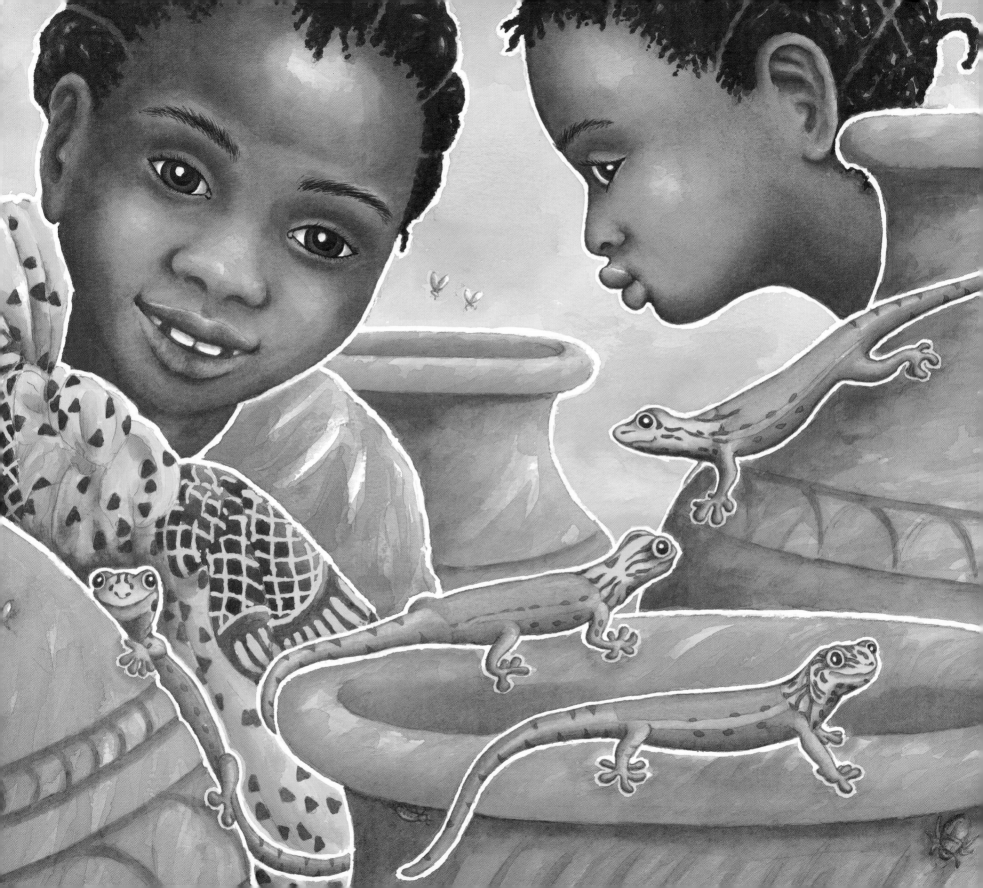

Wọ́n wá àyíká gbogbo igi òdòdó.
"Ẹyẹ oòrùn tóléwà marun," Akeyo sọ.
"Sùgbọ́n nibo ni Mondi wà?" Handa sọ.

They searched round some flowering trees.
"Five beautiful sunbirds," said Akeyo.
"But where's Mondi?" said Handa.

Wọ́n wo àárín koríko gígùn tọ́ ń mì.
"Ìrè tó ńfò méfà!" Akeyo sọ. "Jẹ́ ká mú wọn."
"Mo fẹ́ wá Mondi," Handa sọ.

They looked in the long, waving grass.
"Six jumpy crickets!" said Akeyo. "Let's catch them."
"I want to find Mondi," said Handa.

Wón lọ sí ibi orísun omi.
"Ọmọ òpòló," Akeyo sọ. "Méje ni wọn!"

They went all the way down to the water hole.
"Baby bullfrogs," said Akeyo. "There are seven!"

"Sùgbọ́n ni bo ... oh wòó! Ojú ẹsẹ̀" Handa sọ.
Wọ́n tẹ̀lé ojú ẹsẹ̀ náà wọ́n rí ...

"But where's ... oh look! Footprints!" said Handa.
They followed the footprints and found ...

"Ẹyẹ oníko nìkan," Handa sọ. "Méje ... rara méjọ.
Sùgbọ́n níbo, oh níbo ni Mondi wà?"

"Only spoonbills," said Handa. "Seven … no, eight.
But where, oh where is Mondi?"

"Mo ní ìrètí wípé ẹyẹ oníko ko tíì gbe mì -
tàbí kí kìnìhún jẹ́ẹ́," Akeyo sọ.

"I hope she hasn't been swallowed by a spoonbill -
or eaten by a lion," said Akeyo.

Pèlú ìbànújé, wón nlo sódò ìyá àgbà.
"Eye dídán mesan - níbè yen!" Akeyo so.

Feeling sad, they went back towards Grandma's.
"Nine shiny starlings - over there!" said Akeyo.

"Ẹ́tí sí lẹ̀," Handa sọ. siip siip "Kínì yẹn?"

siip siip siip siip   siip siip siip siip

"Abẹ́ inú igbó yẹn lotí ńwa. Se ka yọju wòó?"

"Listen," said Handa.   cheep cheep   "What's that?"

cheep   cheep   cheep   cheep
cheep   cheep   cheep   cheep

"It's coming from under that bush. Shall we peep?"

Handa, Akeyo, Mondi ati ọmọ adìyẹ mẹ́wá

Handa, Akeyo, Mondi and ten chicks

yíyára ati fífò ati bíbẹ́ pada sọ́dọ̀ ìyá àgbà ...

hurried and scurried and skipped back to Grandma's ...

ní ibi ti wọn ti jẹ oúnje àárò tópẹ́ díẹ̀.

where they all had a very late breakfast.

hen

butterflies

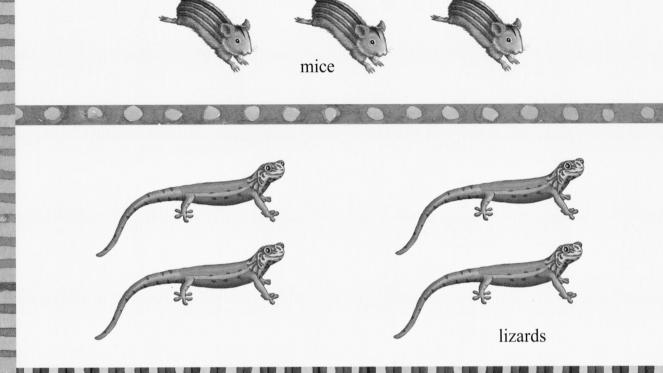

mice

lizards

sunbirds

crickets

baby bullfrogs

spoonbills

starlings

chicks